school - ትምህርት ቤት 2
reis - ጉዞ 5
transport - መጓጓዣ 8
stad - ከተማ 10
landschap - መልከዓምድር 14
restaurant - ምግብ ቤት 17
supermarkt - የሸቀጣ ሸቀጥ መደብር 20
drankjes - መጠጦች 22
eten - ምግብ 23
boerderij - እርሻ 27
huis - ቤት 31
woonkamer - ሳሎን 33
keuken - ማድቤት 35
badkamer - መታጠቢያ ቤት 38
kinderkamer - የልጅ ክፍል 42
kleding - አልባሳት 44
kantoor - ቢሮ 49
economie - ኢኮኖሚ 51
beroepen - የስራ ሙያዎች 53
werktuigen - መሳሪያዎች 56
muziekinstrumenten - የሙዚቃ መሳሪያዎች 57
zoo - የደር እንስሳት ማቆያ 59
sporten - የስፖርት አይነቶች 62
activiteiten - እንቅስቃሴዎች 63
familie - ቤተሰብ 67
lichaam - አካል 68
ziekenhuis - ሆስፒታል 72
noodgeval - ድንገተኛ 76
aarde - ምድር 77
klok - ሰዓት 79
week - ሳምንት 80
jaar - ዓመት 81
vormen - ቅርፆች 83
kleuren - ቀለማት 84
tegengestelden - ተቃራኒዎች 85
cijfers - ቁጥሮች 88
Talen - ቋንቋዎች 90
wie / wat / hoe - ማን/ ምን/ እንዴት 91
waar - የት 92

Impressum
Verlag: BABADADA GmbH, Nedderfeld 112 , 22529 Hamburg
Geschäftsführer / Verlagsleitung: Harald Hof
Druck: Books on Demand GmbH, In de Tarpen 42, 22848 Norderstedt

Imprint
Publisher: BABADADA GmbH, Nedderfeld 112 , 22529 Hamburg, Germany
Managing Director / Publishing direction: Harald Hof
Print: Books on Demand GmbH, In de Tarpen 42, 22848 Norderstedt

1

school

ትምህርት ቤት

klaslokaal
መማሪያ ክፍል
delen
ማካፈል
186/2
bord
ሰሌዳ
leerkracht
መምህር
speelplaats
የትምህርት ቤት ቅጥር ግቢ
papier
ወረቀት
schrijven
መፃፍ
pen
bureau
መፃፊያ ጠረጴዛ
liniaal
ማስመሪያ
boek
leerling
ተማሪ

schooltas
የጀርባ ቦርሳ

pennenzak
የእርሳስ መያዣ

potlood
እርሳስ

puntenslijper
የእርሳስ መቅረጫ

gom
ላጲስ

tekenblok
የስዕል ደብተር

tekening

ስዕል

verfborstel

የቀለም ብሩሽ

verfdoos

የቀለም ሳጥን

schaar

መቀስ

lijm

ማጣበቂያ

werkboek

መልመጃ ደብተር

huiswerk

የቤት ስራ

nummer

ቁጥር

optellen

መደመር

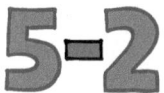

aftrekken

መቀነስ

vermenigvuldigen

ማባዛት

rekenen

ቁጥሮችን ማስላት

letter

ደብዳቤ

alfabet

ፊደላት

woord

ቃል

tekst

ፅሑፍ

Lezen

ማንበብ

krijt

ጠመኔ

les

ትምህርት

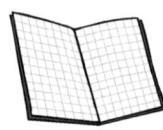

klassenboek

ምዝገባ

examen

ፈተና

certificaat

ሰርተፊኬት

schooluniform

የትምህርት ቤት የደንብ ልብስ

onderwijs

ትምህርት

encyclopedie

አዉደ ጥበብ

universiteit

ዩኒቨርስቲ

microscoop

የምርምር አጉሊ መሳርያ

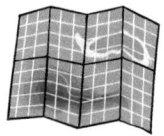

kaart

ካርታ

papiermand

የቆሻሻ ወረቀት መጣያ ቅርጫት

reis

ጉዞ

hotel
ሆቴል
jeugdherberg
ማረፊያ ቤት
wisselkantoor
የዉጭ ገንዘብ ምንዛሪ ቢሮ
koffer
ልብስ መያዣ ሻንጣ
auto
መኪና

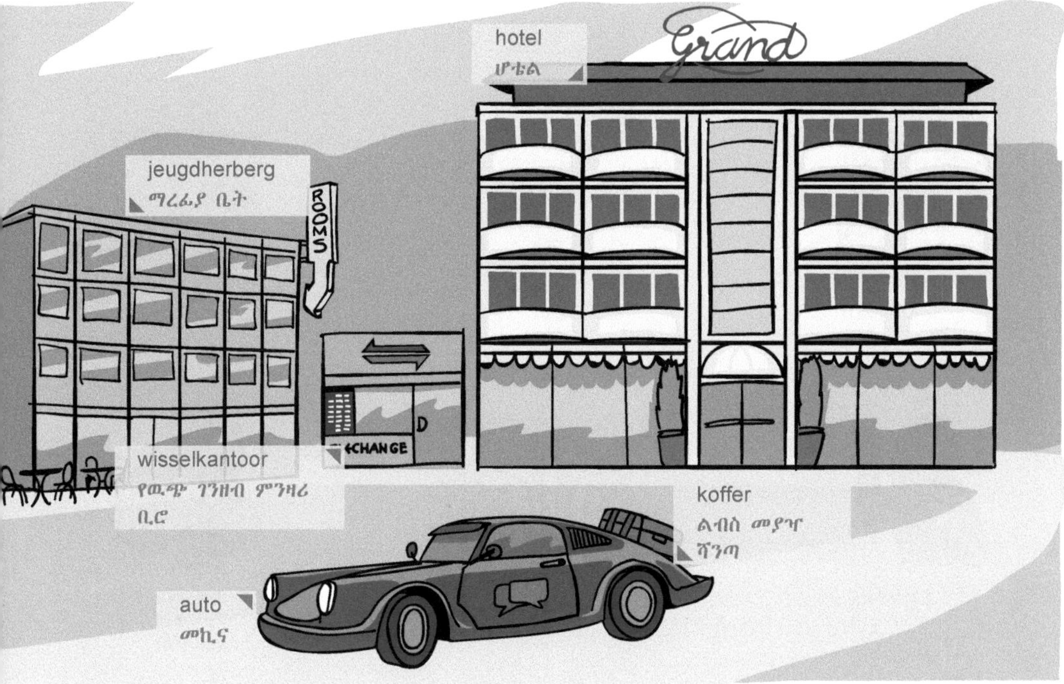

Taal

ቋንቋ

ja / nee

አዎ/ አይደለም

oké

እሺ

hallo

ሰላም

vertaler

አስተርጓሚ

bedankt

አመሰግናለሁ

Hoeveel kost ...?

ስንት ነዉ.......?

Ik begrijp het niet

አልገባኝም

probleem

እክል

Goedenavond!

እንደምን አመሹ!

Goedemorgen!

እንደምን አደሩ!

Goedenavond!

መልካም ምሽት!

Tot ziens

ደህና ይሰንብቱ

richting

አቅጣጫ

bagage

ሻንጣ

zak

ቦርሳ

rugzak

የጀርባ ቦርሳ

gast

እንግዳ

kamer

ክፍል

slaapzak

የመተኛ ቦርሳ

tent

ድንኳን

toeristeninformatie

....

የጎብኚዎች መረጃ

strand

....

የባህር ዳርቻ

kredietkaart

....

ክሬዲት ካርድ

ontbijt

....

ቁርስ

lunch

....

ምሳ

avondeten

....

እራት

ticket

....

ቲኬት

lift

....

አሳንሰር

postzegel

....

ማህተም

grens

....

ድንበር

douane

....

ባህሎች

ambassade

....

ኤምባሲ

visum

....

ቪዛ/የይለፍ ወረቀት

paspoort

....

ፓስፖርት

transport

መጓጓዣ

vliegtuig
አዉሮፕላን
schip
መርከብ
brandweerwagen
የእሳት አደጋ መኪና
bus
vrachtwagen
የጭነት መኪና
motorboot
የሞተር ጀልባ
fiets
ብስክሌት
auto
መኪና

veerboot
የማመላለሻ ጀልባ

boot
ጀልባ

motor
የሞተር ብስክሌት

politiewagen
የፖሊስ መኪና

racewagen
የዉድድር መኪና

huurauto
የኪራይ መኪና

carpoolen

የመኪና መጋራት

sleepwagen

ጎታች መኪና

vuilniswagen

የቆሻሻ ጭነት መኪና

motor

ሞተር

benzine

ነዳጅ

benzinestation

የቤንዚን ማደያ

verkeersbord

የመንገድ ምልክት

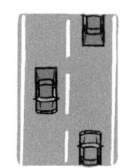

verkeer

የመኪኖች እንቅስቃሴ

file

የመኪና መጨናነቅ

parkeerplaats

የመኪና ማቆሚያ

station

የባቡር ጣቢያ

sporen

የባቡር ሀዲዶች

trein

ባቡር

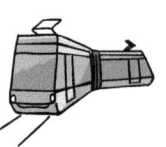

tram

የኤሌክትሪክ ባቡር

wagon

ሰረገላ

helikopter

ሄሊኮፕተር

luchthaven

አየር ማረፊያ

toren

ማማ

passagier

መንገደኛ

container

ማስቀመጫ፤ ማጠራቀሚያ

karton

ካርቶን እቃ ማሸጊያ

kar

ጋሪ፤ ተሳቢ

mand

ቅርጫት

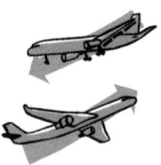

opstijgen / landen

መነሳት/ ማረፍ

stad

ከተማ

dorp

መንደር

stadscentrum

የከተማ ማዕከል

huis

ቤት

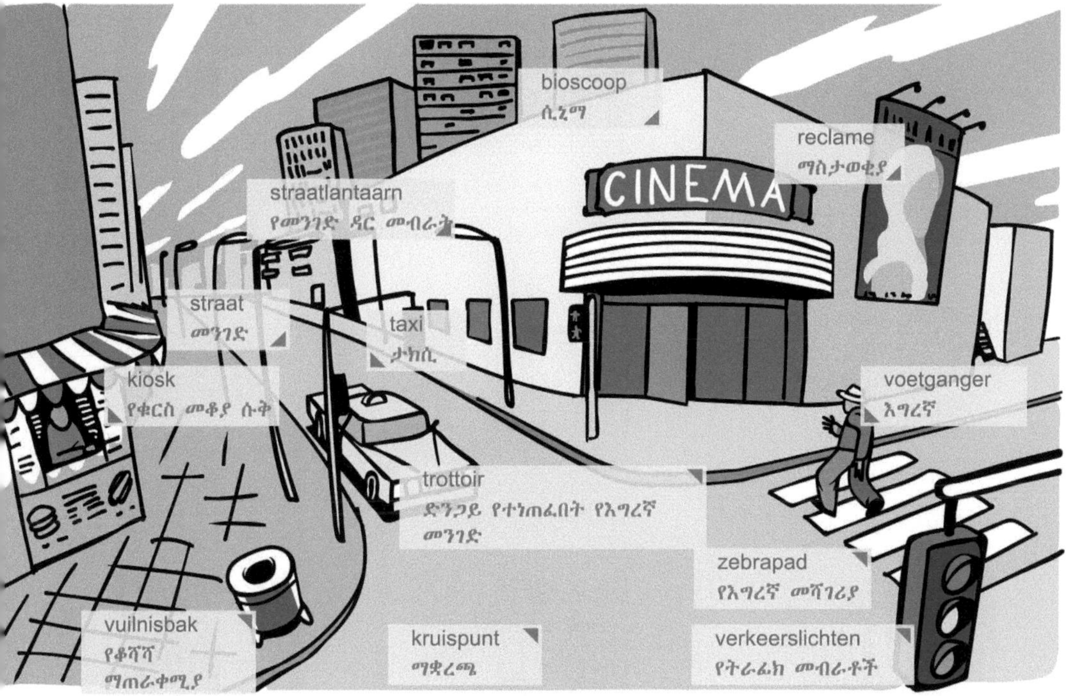
CINEMA
bioscoop
ሲኒማ
reclame
ማስታወቂያ
straatlantaarn
የመንገድ ዳር መብራት
straat
መንገድ
taxi
ታክሲ
kiosk
የቁርስ መቆያ ሱቅ
voetganger
እግረኛ
trottoir
ድንጋይ የተነጠፈበት የእግረኛ
መንገድ
zebrapad
የእግረኛ መሻገሪያ
vuilnisbak
የቆሻሻ
ማጠራቀሚያ
kruispunt
ማቋረጫ
verkeerslichten
የትራፊክ መብራቶች

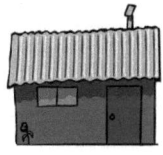

hut

ጎጆ

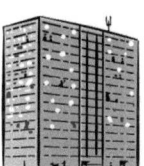

woning

አፓርታማ

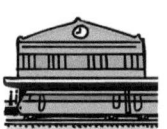

station

የባቡር ጣቢያ

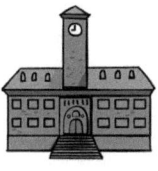

stadshuis

የከተማ አዳራሽ

MUSEUM

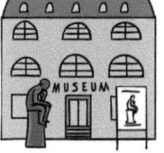

museum

ቤተ መዘክር

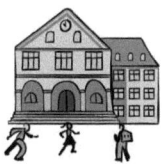

school

ትምህርት ቤት

universiteit

ዩኒቨርስቲ

bank

ባንክ

ziekenhuis

ሆስፒታል

hotel

ሆቴል

apotheek

መድሐኒት ቤት

kantoor

ቢሮ

boekwinkel

መፅሐፍ መሸጫ

winkel

ሱቅ

bloemenwinkel

የአበባ መሸጫ

supermarkt

የሸቀጣ ሸቀጥ መደብር

markt

ገበያ ስፍራ

warenhuis

መደብር

vishandelaar

የዓሳ ነጋዴ

winkelcentrum

የገበያ ማዕከል

haven

ወደብ

park

መናፈሻ ቦታ

bank

አግዳሚ ወንበር

brug

ድልድይ

trap

ደረጃዎች

metro

ዉስጥ ለዉስጥ

tunnel

ዋሻ

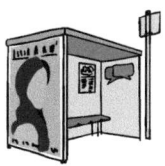

bushalte

የአዉቶቡስ ፌርማታ

bar

ባር

restaurant

ምግብ ቤት

brievenbus

የፖስታ ሳጥን

straatnaambord

የመንገድ ምልክት

parkeermeter

የመኪና ማቆሚያ ሒሳብ የሚያሰላ
ማሽን

zoo

የደር እንስሳት ማቆያ

zwembad

የመዋኛ ገንዳ

moskee

መስጊድ

boerderij

እርሻ

milieuverontreiniging

የሚበክል ነገር

kerkhof

መቃብር ስፍራ

kerk

ቤተ ክርስቲያን

speelplaats

መጫወቻ ሜዳ

tempel

ቤተ መቅደስ

landschap

መልከዓምድር

blad
ቅጠል

wegwijzer
የመንገድ ላይ
ምልክት

weg
መንገድ

weide
አረንጓዴ መስክ

steen
ድንጋይ

boom
ዛፍ

wandelaar
በእግሩ የሚጓዝ

rivier
ወንዝ

gras
ሳር

bloem
አበባ

vallei

ለቆ

heuvel

ኮረብታ

meer

ሀይቅ

bos

ጫካ

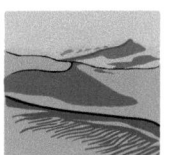

woestijn

በረሃ

vulkaan

እሳተ ገሞራ

kasteel

ግምብ

regenboog

ቀስተ ዳመና

paddenstoel

እንጉዳይ

palmboom

የቴምብር ዛፍ/ ዘንባባ

mug

ቢንቢ/ የወባ ትንኝ

vlieg

በራሪ

mier

ጉንዳን

bijl

ንብ

spin

ረሪት

kever

....

ጢንዚዛ

kikker

....

እንቁራሪት

eekhoorn

....

ሽኮኮ

egel

....

ጃርት

haas

....

ጥንቸል

uil

....

ጉጉት ወፍ

vogel

....

ወፍ

zwaan

....

የዉሃ ዳክዬ

wild zwijn

....

ከርከሮ

hert

....

አጋዘን

eland

....

አጋዘን

dam

....

ግድብ

windturbine

....

በነፋስ የሚሽከረከር

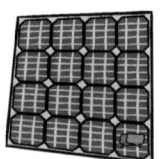

zonnepaneel

....

የፀሀይ ፓኔሎ

klimaat

....

አየር ንብረት

restaurant
ምግብ ቤት

ober
አስተናጋጅ
menu
stoel
ወንበር
soep
ሾርባ
pizza
ፒዛ
tafelkleed
የጠረጴዛ ጨርቅ
bestek
መክተፊያ

voorgerecht

የምግብ ፍላጎትን የሚከፍት ምግብ

hoofdgerecht

ዋና ምግብ

nagerecht

ማጣጣሚያ ተከታይ ምግብ

drankjes

መጠጦች

eten

ምግብ

fles

ጠርሙስ

fastfood

ፈጣን ምግብ

street food

የመንገድ ምግብ

theepot

የሻይ ማንቆርቆሪያ

suikerpot

የስኳር እቃ

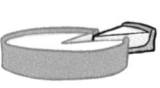

portie

ድርሻ

espressomachine

የቡና ማፊያ ማሽን

kinderstoel

ባለጌ ወንበር

rekening

የክፍያ ደረሰኝ

dienblad

ትሪ

mes

ቢላዋ

vork

ሹካ

lepel

ማንኪያ

theelepel

የሻይ ማንኪያ

serviette

ልብስ ምግብ እንዳይነካ የሚረዳ
ጨርቅ

glas

ብርጭቆ

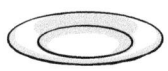

bord

....

ዝርግ ሰሀን

soepbord

....

የሾርባ ጎድጓዳ ሰሀን

schoteltje

....

የስኒ ማስቀመጫ

saus

....

ማጣፈጫ ስጎ

zoutvatje

....

የጨዉ እቃ

pepermolen

....

የተፈጨ ቃሪያ

azijn

....

ኮምጣጤ

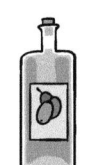

olie

....

የምግብ ዘይት

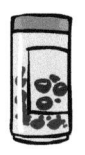

kruiden

....

ቀመማ ቅመሞች

ketchup

....

የቲማቲም ድልህ

mosterd

....

ሰናፍጭ

mayonaise

....

ማዮኒዝ

supermarkt

የሸቀጣ ሸቀጥ መደብር

aanbieding
ልዩ አቅራቦት
FOR
klant
ደምበኛ
zuivelproducten
የወተት ተዋፅዖ
fruit
ፍራፍሬ
winkelwagen
ባለ ጎማ የእጅ ጋሪ

slagerij

ሉካንዳ ነጋዴ

bakkerij

መጋገርያ

wegen

ክብደት መመዘን

groenten

ቅጠላ ቅጠል አትክልት

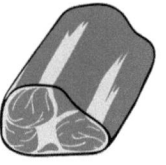

vlees

ስጋ

diepvriesvoedsel

የቀዘቀዘ/የረጋ ምግብ

charcuterie

ቀዝቃዛ ቁራጭ

conserven

የታሸገ ምግብ

waspoeder

የማጠቢያ ዱቄት

snoep

ጣፋጮች

huishoudproducten

የቤት ዉስጥ ዉጤቶች

schoonmaakproducten

የፅዳት ምርቶች

verkoopster

የሽያጭ ባለሙያ

kassa

የገንዘብ መመዝቢያ ማሽን

kassier

የሒሳብ ሰራተኛ

boodschappenlijstje

የግዢ ዝርዝር

openingstijden

ክፍት ሰዓታት

portefeuille

የኪስ ቦርሳ

kredietkaart

ክሬዲት ካርድ

tas

ቦርሳ

plastieken zakje

የፕላስቲክ ቦርሳ

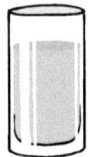

drankjes

መጠጦች

water

ዉሃ

sap

ጭማቂ

melk

ወተት

cola

ኮካ-ኮላ

wijn

ወይን

bier

ቢራ

alcohol

አልኮል

cacao

ኮካ

thee

ሻይ

koffie

ቡና

espresso

የተፈላ ቡና

cappuccino

ካፕቺኖ

banaan

ሙዝ

appel

ፖም

sinaasappel

ብርቱካን

meloen

ሀብሀብ

citroen

ሎሚ

wortel

ካሮት

knoflook

ነጭ ሽንኩርት

bamboe

ሸምበቆ

ajuin

ቀይ ሽንኩርት

champignon

እንጉዳይ

noten

ለዉዝ

noodles

የህፃናት ምግብ

spaghetti

ፓስታ

rijst

ሩዝ

salade

ሰላጣ

frieten

የድንች ጥብስ

gebakken aardappelen

ድንች ጥብስ

pizza

ፒዛ

hamburger

ዳቦ ዉስጥ በስሱ ተጠብሶ የገባ
ስጋ

sandwich

ሳንድዊች

kalfslapje

ጥሬ ስጋ

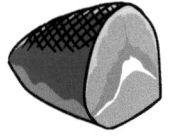

ham

የአሳማ ስጋ

salami

በቅመምና በጨዉ የታሸ ምግብ
ቀዝቅዞ የሚበላ ሾርባ ምግብ

worst

ቋሊማ

kip

ዶሮ

braden

ጥብስ

vis

አሳ

havervlokken

....

የአጃ ገንፎ

muesli

....

ከወተት ጋር ተደባልቀዉ የሚበሉ ምግቦች

cornflakes

....

የበቆሎ ቅርፊት

bloem

....

ዱቄት

croissant

....

ኩራሳ

pistolet

....

ድብልብል ዳቦ

brood

....

ዳቦ

toast

....

መጥበስ

koekjes

....

ብስኩት

boter

....

ቅቤ

kwark

....

እርጎ

taart

....

ኬክ

ei

....

እንቁላል

spiegelei

....

እንቁላል ጥብስ

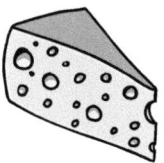

kaas

....

አይብ

ijs

....

የበረዶ ክሬም

suiker

....

ስኳር

honing

....

ማር

confituur

....

ማርማላት

choco

....

የተናጠ የወተት ክሬም

curry

....

ማጣፈጫ

boerderij

እርሻ

የገበሬ ቤት
schuur
የእህልና የከብት ማቀመጫ ቤት
strobaal
የጭድ ክምር
veld
ሜዳ
paard
ፈረስ
aanhangwagen
ተሳቢ መኪና
tractor
የእርሻ መኪና
veulen
የፈረስ ውርንጭላ
ezel
አህያ
schaap
በግ
lam
የበግ ጠቦት

geit

ፍየል

koe

ላም

kalf

ጥጃ

varken

አሳማ

biggetje

ግልገል አሳማ

stier

ኮርማ

gans

ዝይ

eend

ዳክዬ

kuiken

የዶሮ ጫጩት

kip

ዶር

haan

አውራ ዶሮ

rat

አይጥ

kat

ደድመት

muis

አይጥ

os

በሬ

hond

ዉሻ

hondenhok

የዉሻ ቤት

tuinslang

የአትክልት ቦታ

gieter

ዉሃ ማጠጫ ባልዲ

zeis

ረጅም ማጭድ

ploeg

ማረሻ

sikkel

ማጭድ

schoffel

መኮትኮቻ

hooivork

የእህል መንሽ

bijl

መጥረቢያ

kruiwagen

ኩርኩር/ የእጅ ጋሪ

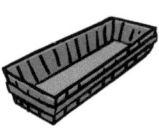

trog

ገንዳ

melkkan

የወተት ዕቃ

zak

ጆንያ ከረጢት

hek

አጥር

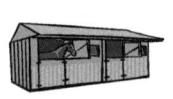

stal

የፈረስ ጋጣ

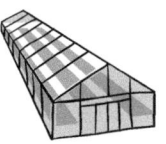

broeikas

ዕፅዋት ማሳደጊያ የመስታዉት
ቤት

bodem

አፈር

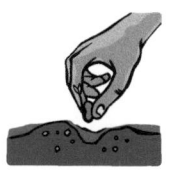

zaad

ዘር

mest

የመሬት ማዳበሪያ

maaidorser

ጥምር ማረሻ

oogsten

አዝመራ መሰብሰብ

oogst

አዝመራ

yam

ድንች

tarwe

ስንዴ

soja

ሶያ

aardappel

ድንች

maïs

በቆሎ

koolzaad

የከብት መኖ

fruitboom

የፍሬ ዛፍ

maniok

የካሳቫ ዛፍ

graan

እህል

huis

ቤት

schoorsteen
የጪስ ማዉጫ
dak
regenpijp
አሸንዳ
raam
መስኮት
garage
ጋራዥ
deurbel
የበር ደወል
deur
በር
vuilnisbak
የቀቆሻሻ
ማጠራቀሚያ
brievenbus
ፖስታ ሳጥን
tuin
የአትክልት ቦታ

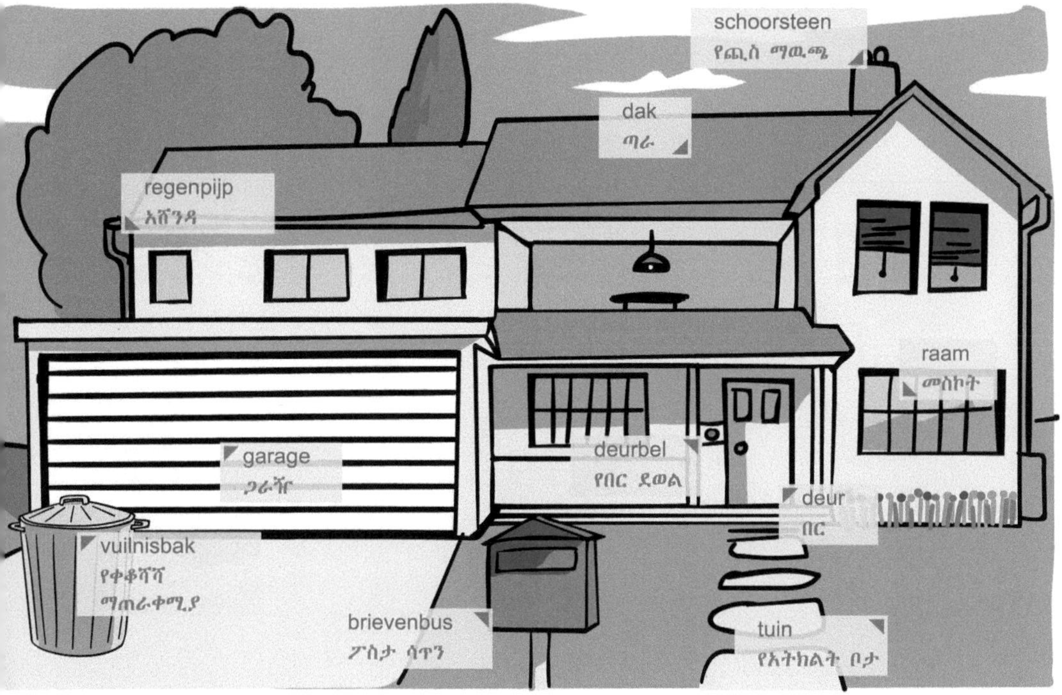

woonkamer

ሳሎን

badkamer

መታጠቢያ ቤት

keuken

ማድቤት

slaapkamer

መኝታ ቤት

kinderkamer

የልጅ ክፍል

eetkamer

መመገቢያ ክፍል

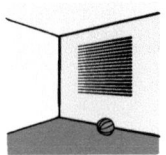

vloer

ወለል

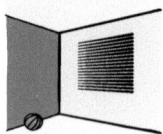

muur

ግድግዳ

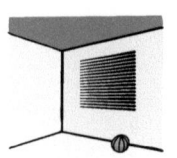

plafond

ጣሪያ

kelder

ምድር ቤት

sauna

በእንፋሎት ሙቀት መታጠቢያ ቤት

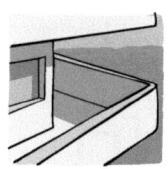

balkon

ሰገነት

terras

ከፍ ያለ መደብ

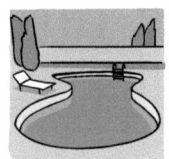

zwembad

የመዋኛ ገንዳ

grasmaaier

የማጨጃ መኪና

dekbedovertrek

አንሶላ

dekbed

የአልጋ ልብስ

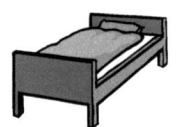

bed

አልጋ

bezem

መጥረጊያ

emmer

ባልዲ

schakelaar

ማብሪያና ማጥፊያ

woonkamer

ሳሎን

behangpapier
የግድግዳ ወረቀት
foto
ፎቶ
lamp
መብራት
schap
መደርደሪያ
kast
ቁም ሳጥን፤ ካቢኔ
televisie
open haard
የእሳት መሞቂያ
bloem
አበባ
kussen
ትራስ
sofa
ሶፋ
vaas
የአበባ ማስቀመጫ
afstandsbediening
ሪሞት ኮንትሮል

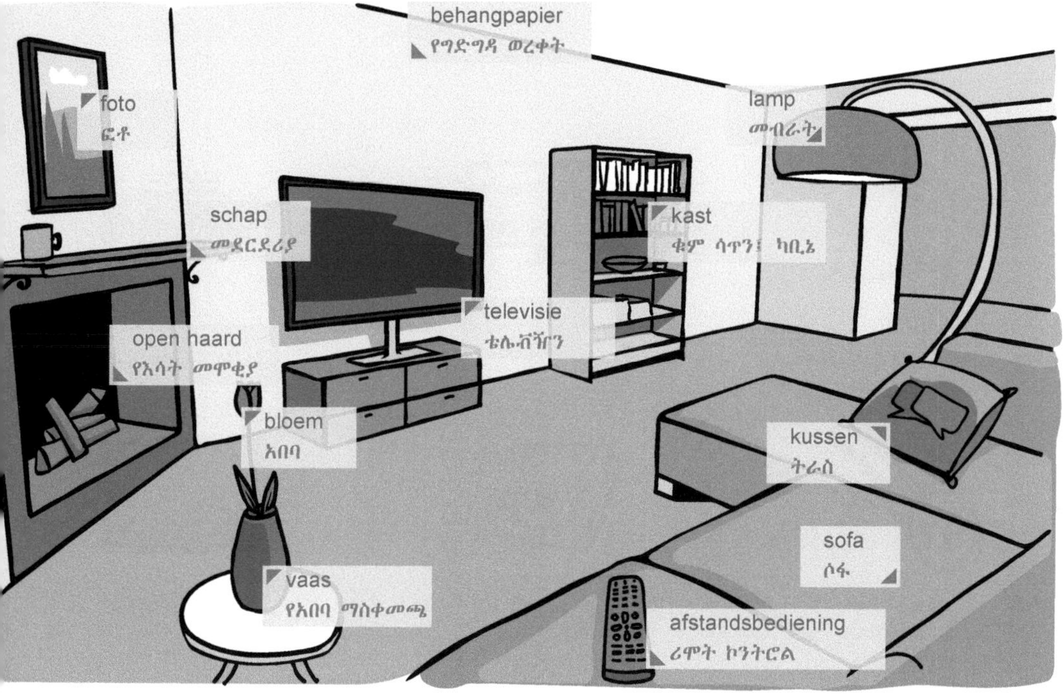

mat

ንጣፍ

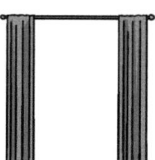

gordijn

መጋረጃ

tafel

ጠረጴዛ

stoel

ወንበር

schommelstoel

ተወዛዋዥ ወንበር

fauteuil

ባለመደገፊያ ወንበር

boek

መጽሐፍ

deken

ብርድ ልብስ

decoratie

ጌጥ

brandhout

ማገዶ

film

ፊልም

stereo-installatie

የሙዚቃ መማጫወቻ

sleutel

ቁልፍ

krant

ጋዜጣ

schilderij

ስዕል

poster

የተለጠፈ ማስታወቂያ እንደ ስዕል

radio

ራዲዮ

notitieboekje

ማስታወሻ ደብተር

stofzuiger

የአየር ማፅጃ ለምንጣፍ

cactus

ቁልቋል

kaars

ሻማ

keuken
ማድቤት

koelkast
ማቀዝቀዣ
microgolfoven
ማይክሮዌቭ ምግብ ማብሰያ
keukenweegschaal
የኩሽና መመዘኛ ሚዛን
broodrooster
ዳቦ መጥበሻ
afwasmiddel
ንፁህ ማድረጊያ
oven
ምድጃ
vriesvak
ማቀዝቀዣ
vuilnisbak
የቀቆሻሻ ማጠራቀሚያ
vaatwasmachine
እቃ ማጠቢያ

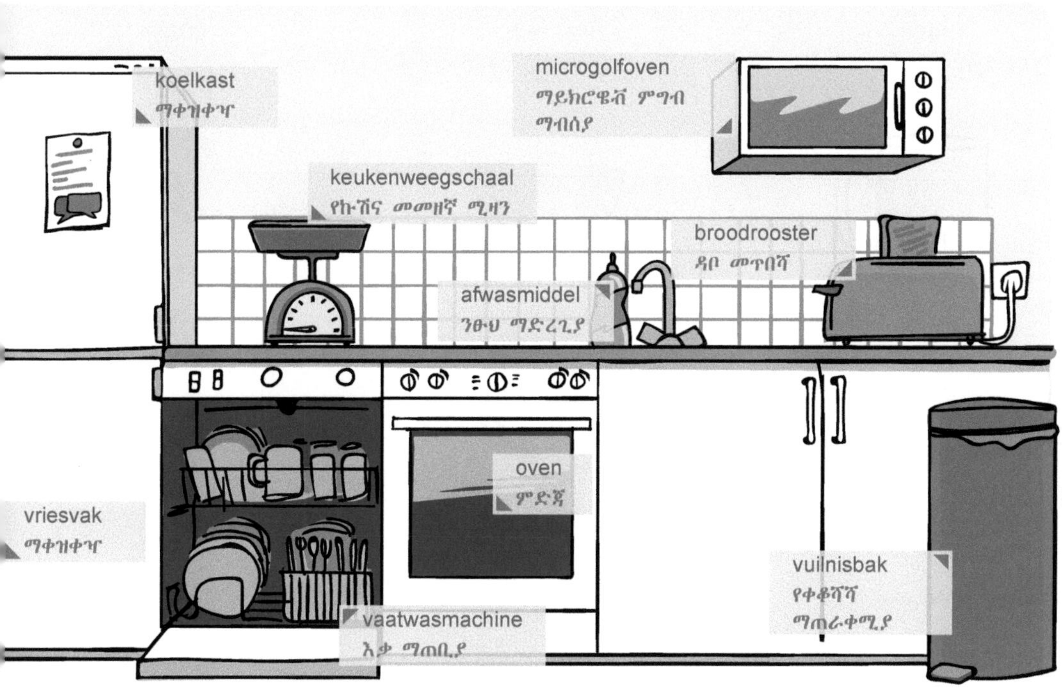

fornuis

ምግብ አብሳይ

pot

ማሰሮ

gietijzeren pot

የብረት ማሰሮ

wok / kadai

ምግብ ማብሰያ ዝርግ ድስት

pan

የምግብ መጥበሻ

waterkoker

ማንቆርቆሪያ

keuken - ማድቤት 35

stoomkoker

የእንፋሎት ማብሰያ

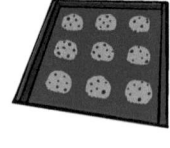

bakplaat

የመጋገሪያ ትሪ

servies

ሰብስቦች

mok

ትልቅ ኩባያ

kom

ጎድጓዳ ሳህን

eetstokjes

ቾፕስቲክስ

pollepel

ጭልፋ

spatel

መሰቅሰቂያ ዝርግ ማንኪያ

garde

ማደባለቂያ

vergiet

መወጠሪያ

zeef

ወንፊት

rasp

መፈርፈሪያ መሳሪያ

mortier

ሲሚንቶ

barbecue

የፍም ጥብስ

haardvuur

የተለቀቀ እሳት

snijplank

....

መክተፊያ

deegrol

....

ተንሸራታች መርፌ

kurkentrekker

....

የጠርሙስ መክፈቻ

blik

....

ጣሳ

blikopener

....

የጣሳ መክፈቻ

pannenlap

....

የማሰሮ መሸፈኛ

gootsteen

....

ሳህን ማጠቢያ

borstel

....

ብሩሽ

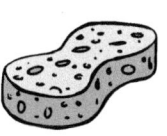

spons

....

ስፖንጅ

blender

....

መደባለቂያ መሳሪያ

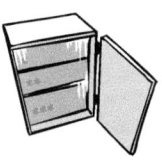

vriezer

....

በጣም ማቀዝቀዣ

papfles

....

ጡጦ

kraan

....

ቧንቧ

badkamer

መታጠቢያ ቤት

douche
መታጠቢያ
handdoek
ፎጣ
douchegordijn
የመታጠቢያ ቤት መጋረጃ
bubbelbad
የአረፋ መታጠቢያ
badkuip
የመታጠቢያ ገንዳ
glas
ብርጭቆ
wasmachine
የልብስ ማጠቢያ
kraan
ቧንቧ
tegels
ማዕዘን ወለል
kinderpo
ፖፖ
gootsteen
ሳህን ማጠቢያ

toilet
....
ሽንት ቤት

hurktoilet
....
የሽንት ቤት መቀመጫ

bidet
....
ሳፋ

urinoir
....
የመንገድ ዳር መሽኛ

toiletpapier
....
የሽንት ቤት ወረቀት

toiletborstel
....
የሽንት ቤት ማፅጃ ብሩሽ

tandenborstel

የጥርስ ብሩሽ

tandpasta

የጥርስ ሳሙና

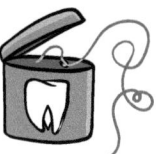

flosdraad

የጥርስ ማፅጃ ክር

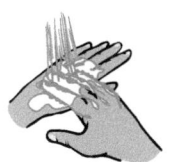

wassen

መታጠብ

handdouche

የእጅ መታጠቢያ

bidethanddouche

መታጠቢያ

waskom

ጎድጓዳ ሳህን

rugborstel

የጀርባ ብሩሽ

zeep

ሳሙና

douchegel

መታጠቢያ የሚዝለገለግ ሳሙና

shampoo

የፀጉር መታጠቢያ ሳሙና

washandje

ለስላሳ ጨርቅ

afvoer

ፍሳሽ

crème

ክሬም

deodorant

ጠረን መቀየሪያ ንጥረ ነገር

spiegel

መስታወት

handspiegel

የእጅ መስታወት

scheermes

ምላጭ

scheerschuim

የመላጫ አረፋ

aftershave

ከመላጨት በኋላ የሚቀባ ሽቱ

kam

ማበጠሪያ

borstel

ብሩሽ

haardroger

የፀጉር ማድረቂያ

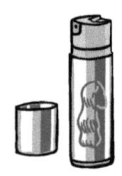

haarlak

በፀጉር ላይ የሚነፋ

make-up

የፊት መቀባቢያ

lippenstift

የከንፈር ቀለም

nagellak

የጥፍር ቀለም

watten

የጥጥ ሱፍ

nagelknipper

ጥፍር መቁረጫ

parfum

ሽቶ

toilettas

ማጠቢያ ባልዲ

kruk

መቀመጫ

weegschaal

ሚዛን

badjas

የመታጠቢያ ልብስ

latex handschoenen

የላስቲክ ጓንት

tampon

ሞዴስ

maandverband

የፅዳት ፎጣ

chemisch toilet

የሽንት ቤት ኬሚካል

kinderkamer

የልጅ ክፍል

wekker
የማንቂያ ደዉል ሰዐት
knuffel
የህፃን አሻንጉሊት
speelgoedauto
የመጫወቻ መኪና
rammelaar
ማንገጫገጫ መጫወቻ
poppenhuis
የአሻንጉሊት ቤት
geschenk
ስጦታ

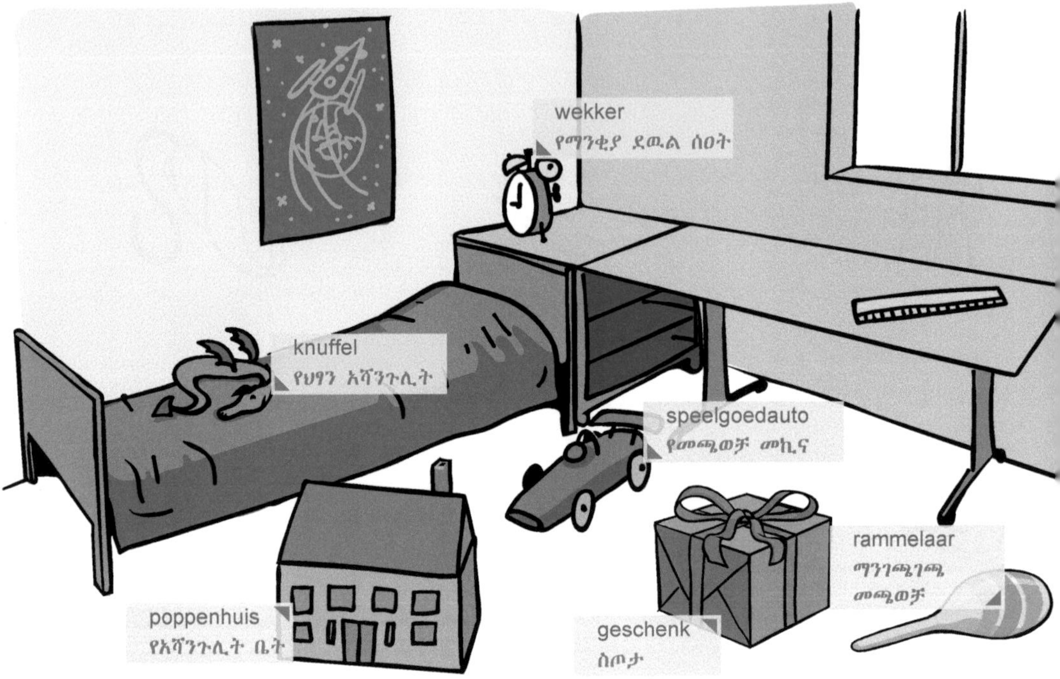

ballon

ፊኛ

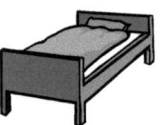

bed

አልጋ

kinderwagen

የህፃን ማንሸራሸሪያ ጋሪ

spel kaarten

የካርታ መጫወቻ

puzzel

ቁርጥራጭ ምስሎችን የማገጣጠም እና ምስል የማግኘት ጨዋታ

stripboek

አዝናኝ

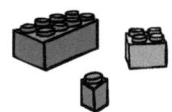

legoblokjes

ተገጣጣሚ መጫወቻ

blokken

የመጫወቻ መገጣጠሚያዎች

actiefiguur

የድርጊት ምስል

kruippakje

የህፃን እድገት

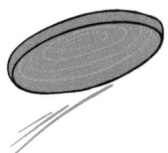

frisbee

የፕላስቲክ መጫወቻ ዝርግ ሰሀን

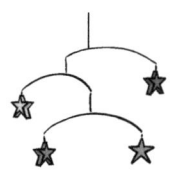

mobiel

ተወዛዋዥ የህፃን ማጫወቻ

bordspel

የሰሌዳ ጨዋታ

dobbelsteen

የመጫወቻ ጠጠር

modelspoorweg

የመጫወቻ ባቡር

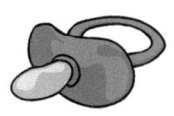

fopspeen

የእንጀራ እናት ጡጦ

feest

ድግስ

prentenboek

የስዕል መፅሀፍ

bal

ኳስ

pop

አሻንጉሊት

spelen

መጫወት

zandbak

....

የአሸዋ መጫወቻ

schommel

....

ዥዋዥዌ

speelgoed

....

መጫወቻዎች

spelconsole

....

የቪዲዮ መጫወቻ

driewieler

....

ባለ ሶስት ጎማ ብስክሌት

knuffelbeer

....

የአሻንጉሊት ድብ

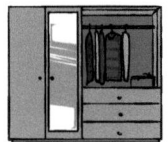

kleerkast

....

ቁምሳጥን

kleding

አልባሳት

sokken

....

ካልሲዎች

kousen

....

ስቶኪንጎች

maillot

....

ታይት

sjaal
የ ንነት ልብስ

paraplu
ጥንጥላ

T-shirt
ከናቴራ

riem
ቀበቶ

laarzen
ቦቲ

slippers
የቤት ዉስጥ ነጠላ
ጫማ

sneakers
ስነከሮች

sandalen

ነጠላ ጫማዎች

schoenen

ጫማዎች

rubberlaarzen

የ ናብ ቡትስ

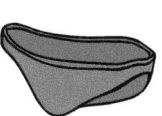

onderbroek

ሙታንታ

beha

ጡት መያዣ

onderhemd

ስደርያ

lichaam

ሰዉነት

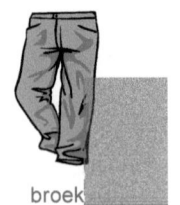

broek

ሱሪዎች

jeans

ጅንስ

rok

ጉርድ ቀሚስ

blouse

ሸሚዝ

hemd

ሸሚዝ

trui

ሚጠለቅ ሹራብ

capuchontrui

ሹራብ

blazer

ኒፎርም ጃኬት

jas

ጃኬት

jas

ኮት

regenjas

ዝናብ ኮት

kostuum

ልብስ

jurk

ቀሚስ

trouwjurk

ሙሽራ ቀሚስ

pak

ሱፍ

nachthemd

ለሊት ልብስ

pyjama

ለሊት ልብስ

sari

ጅም ቀሚስ

hoofddoek

ሂጃብ

tulband

ምጣም

boerka

ቡርቃ

kaftan

ሽር

abaya

አባያ

badpak

ዋና ልብስ

zwembroek

አጭር ቁምጣ

short

ቁምጣዎች

trainingspak

ስራ ቱታ

schort

ሽር

handschoenen

ጓንት

knoop

ቁልፍ

bril

መነፅር

armband

አምባር

ketting

የአንገት ሀብል

ring

ቀለበት

oorbel

የጆሮ ጌጥ

pet

ኮፍያ

kapstok

የኮት መስቀያ

hoed

ኮፍያ

das

ከረቫት

rits

ዚፕ

helm

የብረት ቆብ

bretellen

መደገፊያ

schooluniform

የትምህርት ቤት የደንብ ልብስ

uniform

የደንብ ልብስ

slabbetje

መሃረብ

fopspeen

የእንጀራ እናት ጡጦ

luier

ንት ጨርቅ

kantoor

ቢሮ

server
ማሰራጫ
ጣቢያ
dossierkast
የ ይል መደርደሪያ
ካቢኔ
printer
የህትመት መሳሪያ
papier
ወረቀት
monitor
መቆጣጠሪያ
muis
ማዉዝ
bureau
map
ማህደር
toestenbord
የመ ፊ ቁልፎች
papiermand
የቆሻሻ ወረቀት መጣያ
ቅርጫት
computer
ኮምፒዉተር
stoel
ወንበር

koffiemok

የቡና መጠጫ ትልቅ ኩባያ

rekenmachine

ማስልያ ማ ን

i rnet

[illegible]

laptop

ላፕቶፕ

brief

ደብዳቤ

bericht

መልዕክት

gsm

ንቀሳቃሽ ስልክ

netwerk

የግንኙነት አዉታር

kopieerapparaat

ማባዣ ማሽን

software

ሶፍትዌር

telefoon

ስልክ

stopcontact

የግድግዳ ሶኬት

fax

የፋክስ ማሽን

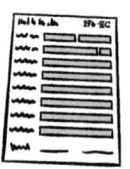

formulier

ቅፅ

document

ሰነድ

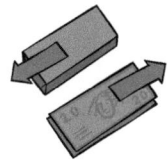

kopen

መግዛት

betalen

መክፈል

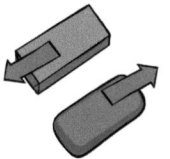

handelen

መነገድ

geld

ገ ዘብ

dollar

ላር

euro

ሮ

yen

የ

roebel

ሩብል

Zwitserse frank

የስዊዝ ፍራ ክ

Chinese renminbi

ሚ ቢ ዋ

roepie

ሩጺ

geldautomaat

የገ ዘብ ነጥብ

wisselkantoor

የዉጭ ገንዘብ ምንዛሪ ቢሮ

goud

ወርቅ

zilver

ብር

olie

ዘይት

energie

ሀይል፤ ጉልበት

prijs

ዋጋ

contract

ግንኙነት

belasting

ቀረጥ

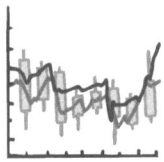

aandeel

አክስዮን

werken

መስራት

werknemer

ተቀጣሪ

werkgever

ቀጣሪ

fabriek

ፋብሪካ

winkel

ሱቅ

beroepen
የስራ ሙያዎች

politieagent
የፖሊስ አዛዥ
brandweerman
የእሳት አደጋ ሰራተኛ
kok
ምግብ አብሳይ
dokter
ዶክተር
piloot
አብራሪ

tuinman

አትክልተኛ

timmerman

አናጢ

naaister

ልብስ ሰፊ ሴት

rechter

ዳኛ

chemicus

ቀማሚ

acteur

ተዋናይ

buschauffeur

………………

የአዉቶቢስ ሹፌር

taxichauffeur

………………

የታክሲ ሹፌር

visser

………………

አሳ አጥማጅ

schoonmaakster

………………

ፅዳት ሰራተኛ

dakdekker

………………

የጣራ ሰራተኛ

ober

………………

አስተናጋጅ

jager

………………

አዳኝ

schilder

………………

ሰዓሊ

bakker

………………

ጋጋሪ

elektricien

………………

የኤሌትሪክ ሰራተኛ

bouwvakker

………………

ገምቢ

ingenieur

………………

መሃንዲስ

slager

………………

ልኳንዳ

loodgieter

………………

የቧንቧ ሰራተኛ

postbode

………………

የፖስታ ሰራተኛ

soldaat

ወታደር

architect

መሃንዲስ

kassier

የሒሳብ ሰራተኛ

bloemist

አበባ ሻጭ

kapper

የፀጉር ሰራተኛ

conducteur

ቲኬት ቆራጭ

mecanicien

መካኒክ

kapitein

ካፒቴን

tandarts

የጥርስ ሐኪም

wetenschapper

ተመራማሪ

rabbijn

መምህር

imam

የሙስሊም ሃይማኖታዊ መሪ

monnik

መነኩሴ

geestelijke

ካህን

werktuigen

መሳሪያዎች

tang
ተቆላፊ ጉጠት
hamer
schroevendraaier
መፍቻ
zaklamp
ትሪ
schroefsleutel
መሳሪ መፍቻ

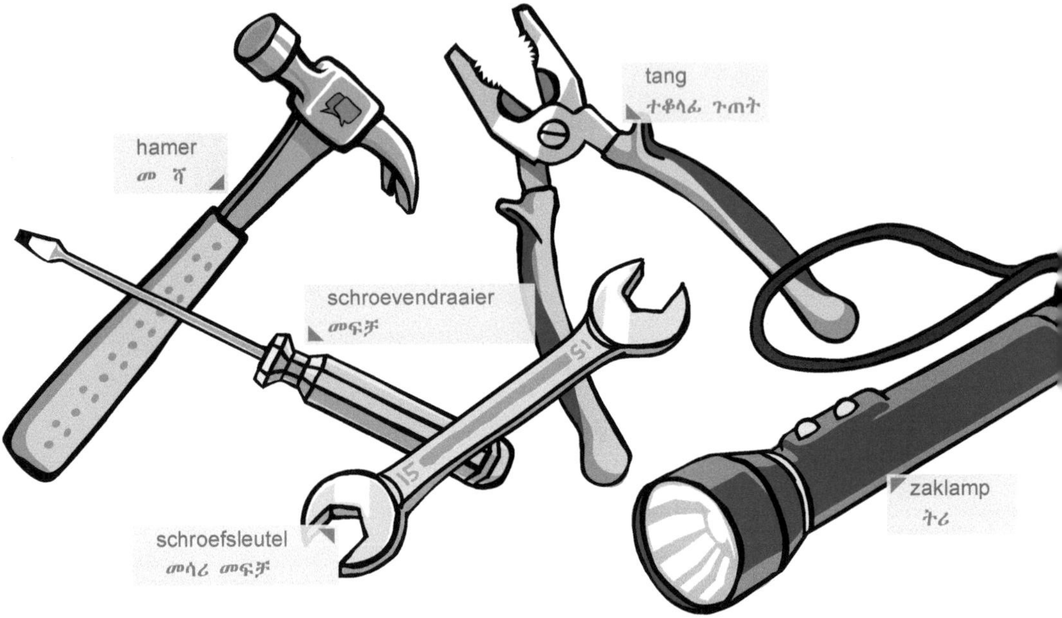

graafmachine

በቁፋሮ ሚዝቅ

gereedschapskoffer

መፍቻ ሳጥን

ladder

መሰላል

zaag

መጋዝ

spijkers

ምስማር

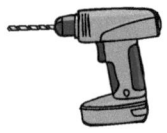

boormachine

መሰርሰሪ

repareren

መጠገን

schop

አካፋ

Verdomme!

የተረገመ!

blik

ቆሻሻ ማፈሻ

verfpot

የቀለም ቆርቆሮ

schroeven

ብሎን

muziekinstrumenten
የሙዚቃ መሳሪያዎች

drumstel
የከበሮ መሳሪያዎች

luidspreker
የድምፅ ማጉያ
መሳርያ

gitaar
ክራር መሰል የሙዚቃ
መሳሪያ

contrabas
ድርብ ቤዝ ጊታር

trompet
የትንፋሽ ሙዚቃ
መሳሪያ

piano

ፒያኖ

viool

ቫዮሊን

basgitaar

ወፍራም፤ ጎርናና ድምፅ ያለዉ
ክራር መሰል ሙዚቃ መሳሪያ

pauk

ነጋሪት

trommels

ከበሮ

keyboard

በኤሌክትሪክ የሚሰራ ፒኖ

saxofoon

የትንፋሽ ሙዚቃ መሳሪያ

fluit

ዋሽንት

microfoon

የድምፅ ማጉያ

ZOO

የደር እንስሳት ማቆያ

tijger
ነብር
kooi
ሳጥን
zebra
የሜዳ አህያ
diereneten
የእንስሳ ምግብ
panda
ትልቅ ድብ
ingang
መግቢያ

dieren

እንስሳቶች

olifant

ዝሆን

kangoeroe

ካንጋሮ

neushoorn

አዉራሪስ

gorilla

ትልቅ ዝንጀሮ

beer

ድብ

kameel

ግመል

struisvogel

ሰጎን

leeuw

አንበሳ

aap

ጦጣ

flamingo

ቅልጥመ ረዥም ወፍ

papegaai

በቀቀን

ijsbeer

የወዋልታ ድብ

pinguïn

የዋልታ ወፎች

haai

ረ ም ጥርሶች ያሉትአሳ ነባሪ

pauw

ጣዎስ

slang

እባብ

krokodil

አዞ

dierenverzorger

የዱር አራዊት የሚጠበቁበት ማቆያን የሚጠብቅ

zeehond

አሳ በሊታ የባህር እንስሳ

jaguar

የዱር ድመት

pony

ድንክ ፈረስ

luipaard

ነብር

nijlpaard

ጉማሬ

giraffe

ቀጭኔ

adelaar

ንስር

wild zwijn

ከርከሮ

vis

አሳ

zeeschildpad

የባህር ኤሊ

walrus

የባህር አውሬ

vos

ቀበሮ

gazelle

የሜዳ ፍየል፤ሚዳቋ

sporten

የስፖርት አይነቶች

rugby
የአሜሪካ እግርኳስ
wielrennen
የብስክሌት ስፖርት
tennis
ቴኒስ
basketbal
የቅርጫት ኳስ
zwemmen
ዋና
boksen
የቡጢ ስፖርት
ijshockey
የበረዶ ላይ የገና ጨዋታ

voetbal

እግር ኳስ

badminton

የላበ ኳስ ጨዋታ

atletiek

አትሌቲክስ

handbal

የእጅ ኳስ ስፖርት

skiën

የበረዶ መንሸራተት ስፖርት

polo

ፈረስ ግልቢያ

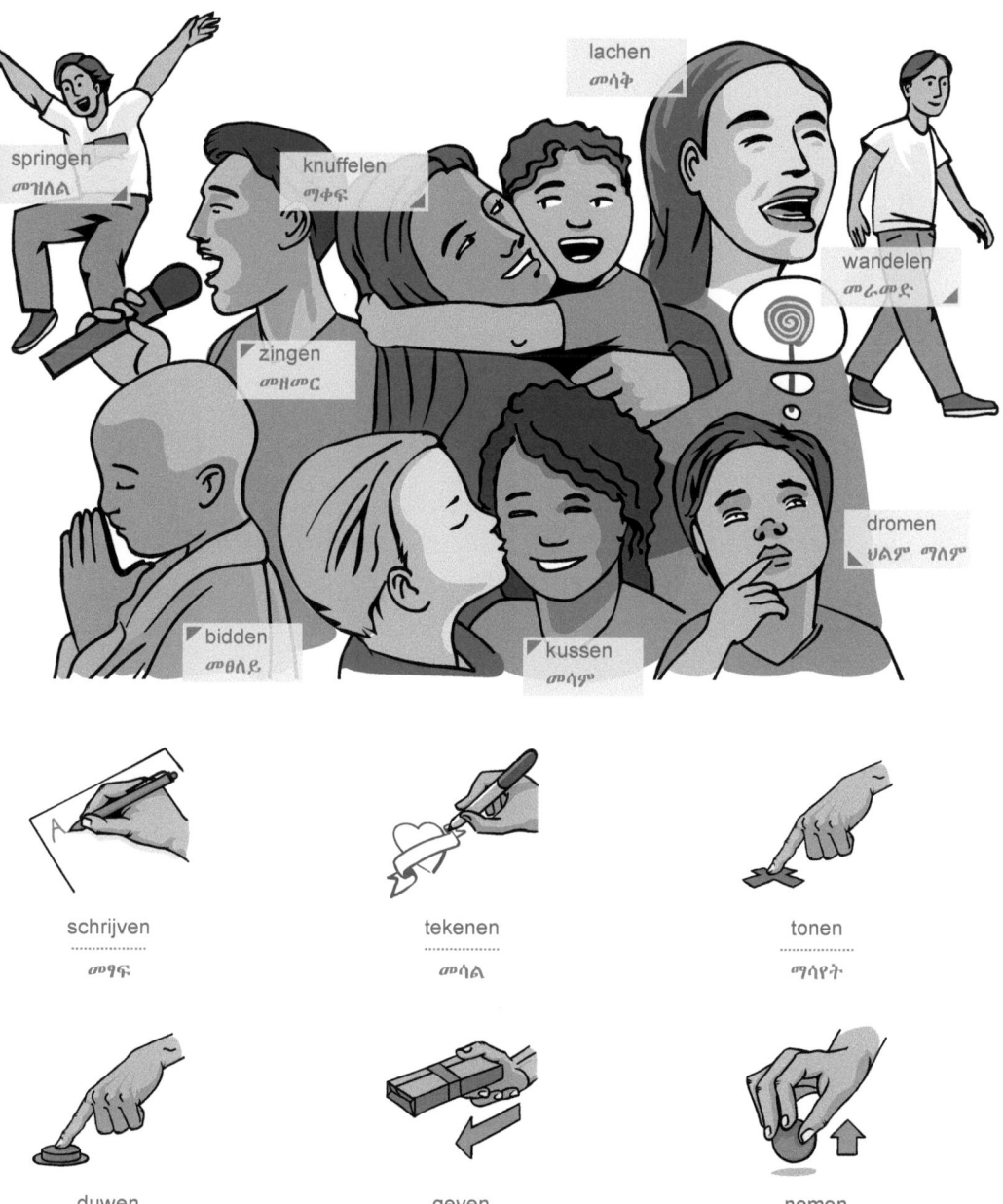

springen
መዝለል

lachen
መሳቅ

knuffelen
ማቀፍ

wandelen
መራመድ

zingen
መዘመር

dromen
ህልም ማለም

bidden
መፀለይ

kussen
መሳም

schrijven	tekenen	tonen
መፃፍ	መሳል	ማሳየት

duwen	geven	nemen
መግፋት	መስጠት	መዉሰድ

hebben

መያዝ

doen

ማድረግ

zijn

መሆን

staan

መቆም

lopen

መሮጥ

trekken

መሳብ

gooien

መወርወር

vallen

መዉደቅ

liggen

መዋሸት

wachten

መጠበቅ

dragen

መሸከም

zitten

መቀመጥ

aankleden

መልበስ

slapen

መተኛት

ontwaken

መንቃት

kijken naar

መመልከት

wenen

ማለልቀስ

aaien

መጫር

kammen

ማበጠር

praten

ማዉራት

begrijpen

መረዳት

vragen

ጥያቄ

luisteren

ማዳመጥ

drinken

መጠጣት

eten

መብላት

opruimen

ማንፃት

houden van

ማፍቀር

koken

ምግብ ማብሰል

rijden

መንዳት

vliegen

መብረር

zeilen

መርከብ መንዳት

rekenen

ቁጥሮችን ማስላት

Lezen

ማንበብ

leren

መማር

werken

መስራት

trouwen

ማግባት

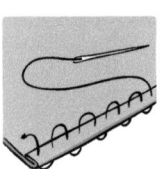

naaien

መስፋት

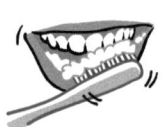

tandenpoetsen

ጥርስ መቦረሽ

doden

መግደል

roken

ማጨስ

sturen

መላክ

grootmoeder
የሴት አያት

grootvader
የወንድ አያት

vader
አባት

moeder
እናት

baby
ህፃን

dochter
ሴት ልጅ

zoon
ወንድ ልጅ

gast

እንግዳ

tante

አክስት

oom

አጎት

broer

ወንድም

zus

እህት

lichaam

ካል

voorhoofd
ግንባር
oog
አይን
schouder
vinger
ጣት
gezicht
ፊት
kin
አገጭ
hand
እጅ
borst
ጡት
been
እግር
arm
ክንድ

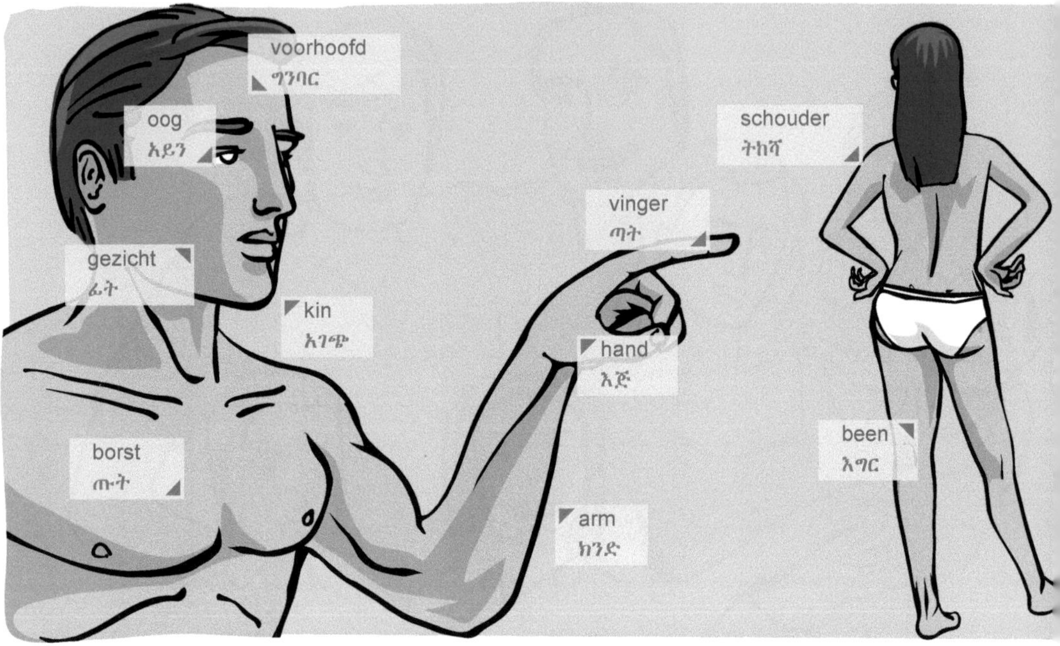

baby

ህፃን

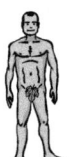

man

ሰዉ

vrouw

ሴት

meisje

ልጃገረድ

jongen

ወንድ ልጅ

hoofd

ራስ

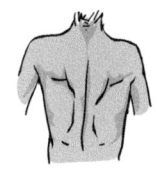	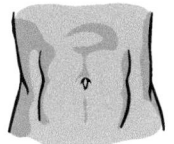	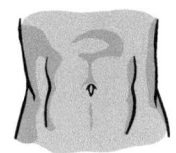
rug	buik	navel
ጀርባ	ሆድ	እምብርት
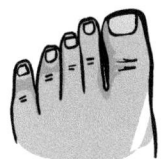	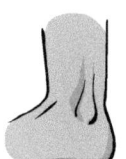	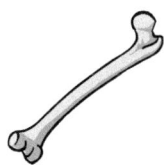
teen	hiel	bot
የእግር ጣት	ተረከዝ	አጥንት
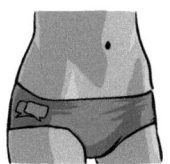	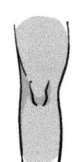	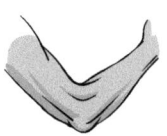
heup	knie	elleboog
ዳሌ	ጉልበት	ክርን
	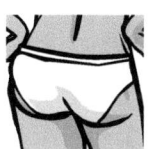	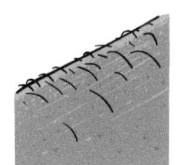
neus	zitvlak	huid
አፍንጫ	ቂጥ	ቆዳ
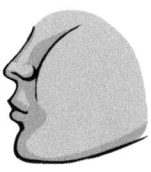	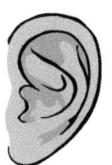	
wang	oor	lip
ጉንጭ	ጆሮ	ከንፈር

mond

አፍ

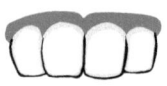

tand

ጥርስ

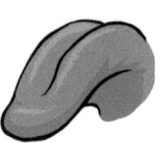

tong

ምላስ

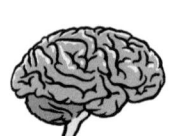

hersenen

አንጎል

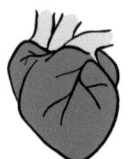

hart

ልብ

spier

ጡንቻ

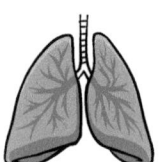

long

ሳምባ

lever

ጉበት

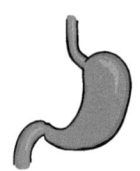

maag

ሆድ

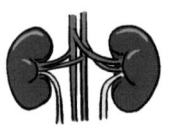

nieren

ኩላሊቶች

seks

የግብረስጋ ግንኙነት

condoom

ኮንዶም

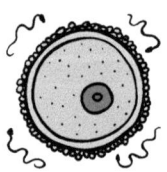

eicel

የሴት እንቁላል

sperma

የዘር ፈሳሽ

zwangerschap

እርግዝና

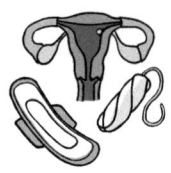

menstruatie

የወር አበባ

vagina

እምስ

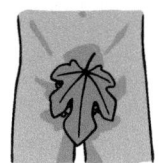

penis

ቁላ

wenkbrauw

ቅንድብ

haar

ፀጉር

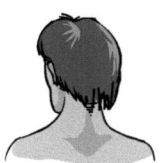

nek

አንገት

ziekenhuis

ሆስፒታል

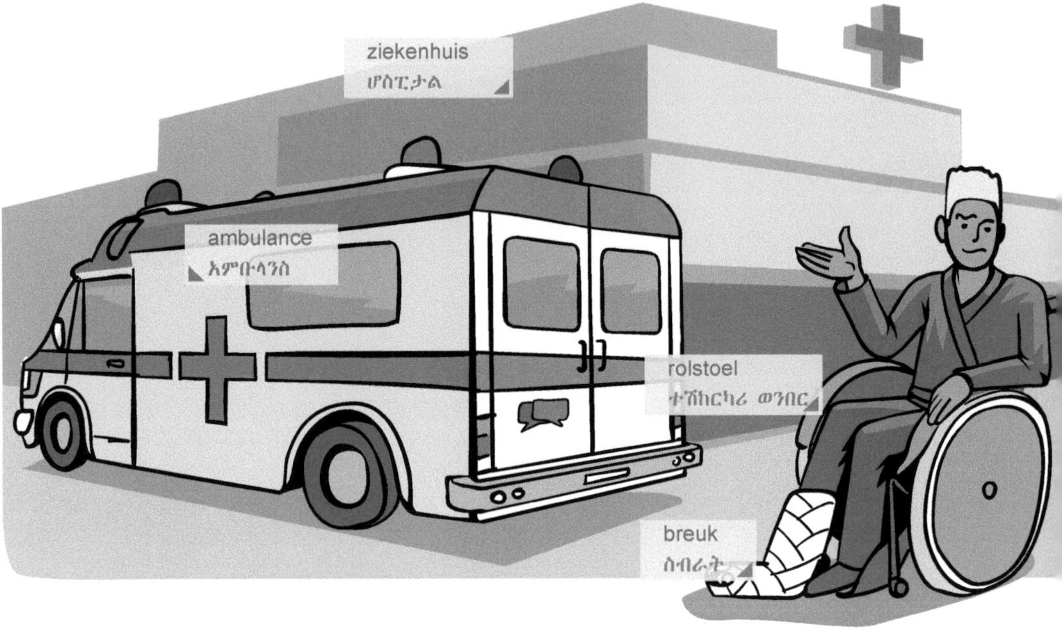

ziekenhuis
ሆስፒታል
ambulance
አምቡላንስ
rolstoel
ተሽከርካሪ ወንበር
breuk
ስብራት

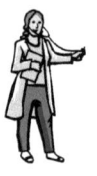

dokter

ዶክተር

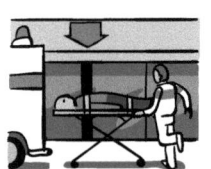

spoed

ድንገተኛ ክፍል

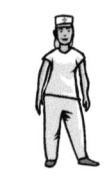

verpleegkundige

ነርስ

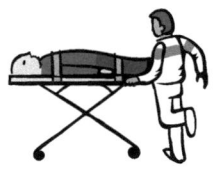

noodgeval

ድንገተኛ

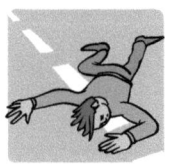

bewusteloos

ራስን መሳት/ አለማወቅ

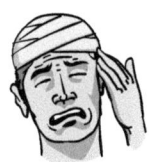

pijn

ህመም

verwonding

ጉዳት

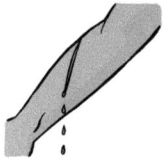

bloeding

መድማት

hartaanval

የልብ ድካም

beroerte

ስትሮክ

allergie

አለርጂ

hoest

ሳል

koorts

ትኩሳት

griep

ኢንፍሎዌንዛ

diarree

ተቅማጥ

hoofdpijn

የራስ ምታት

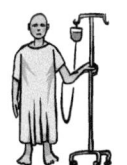

kanker

ካንሰር

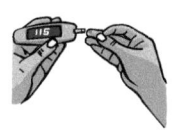

diabetes

የስኳር በሽታ

chirurg

ቀዶ ጠጋኝ ሐኪም

scalpel

የቀዶ ጥገና ስለት

operatie

ቀዶ ጥገና

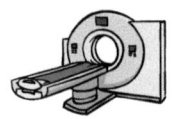

CT

ሲቲ

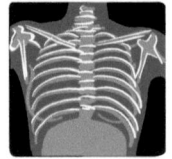

röntgenstraal

ኤክስሬዮ

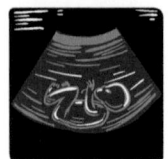

ultrageluid

ልትራሳዉንድ

gezichtsmasker

የፊት ጭምብል

ziekte

በሽታ

wachtkamer

መጠበቂያ ክፍል

kruk

ምርኩዝ

pleister

የቁስል ማሸጊያ

verband

ፋሻ

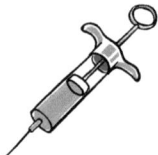

injectie

መርፌ

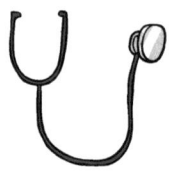

stethoscoop

የልብ ምት ማዳመጫ መሳሪያ

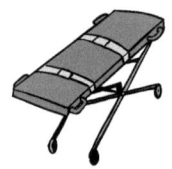

brancard

የበሽተኛ ልጋ

thermometer

የህክምና ሙቀት መለኪያ መሳሪያ

geboorte

መውለድ

overgewicht

ከልክ ያለፈ ክብደት

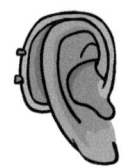

hoorapparaat

ለመስማት የሚረዳ መሳሪያ

ontsmettingsmiddel

ፀረ ተባይ መድሀኒት

infectie

ማመርቀዝ

virus

ቫይረስ

HIV / AIDS

ኤች አይቪ. ኤድስ

medicijn

ህክምና

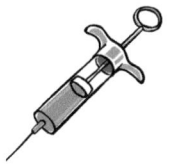

vaccinatie

ክትባት

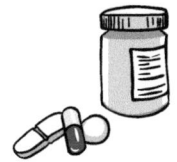

tabletten

ኪኒን

pil

ኪኒን

noodoproep

አስቸኳይ የስልክ ጥሪ

bloeddrukmeter

ደም ግፊት መቆጣጠሪያ

ziek / gezond

ህመም/ ጤንነት

noodgeval

ድንገተኛ

Help!

እርዳታ!

alarm

ማንቂያ ደዉል

overval

ጥቃት

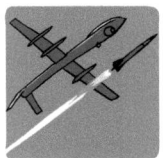

aanval

ድብደባ

gevaar

አደጋ

nooduitgang

የድንገተኛ መዉጫ

Brand!

እሳት!

brandblusser

እሳት ማጥፊያ

ongeval

አደጋ

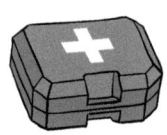

EHBO-kit

የመጀመሪያ እርዳታ መድሃኒት መያዣ

SOS

ነፍስ አድን

politie

ፖሊስ

Europa

አዉሮፓ

Noord-Amerika

ሰሜን አሜሪካ

Zuid-Amerika

ደቡብ አሜሪካ

Afrika

አፍሪካ

Azië

እስያ

Australië

አዉስትራሊያ

Atlantische Oceaan

አትላንቲክ

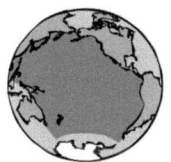

Stille Oceaan

ፓስፊክ

Indische Oceaan

የህንድ ዉቅያኖስ

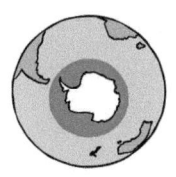

Antarctische Oceaan

አንታርክቲክ ዉቅያኖስ

Arctische Oceaan

አርክቲክ ዉቅያኖስ

Noordpool

ሰሜን ዋልታ

Zuidpool

ደቡብ ዋልታ

Antarctica

አንታርክቲካ

aarde

ምድር

land

መሬት

zee

ባህር

eiland

ደሴት

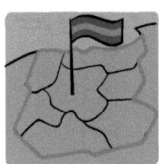

natie

አገርና ህዝብ

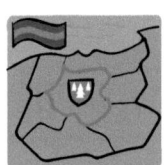

staat

መንግስት

klok
ሰዓት

wijzerplaat
የሰዓት ገፅታ

uurwijzer
ሰዓት

minuutwijzer
ደቂቃ

secondewijzer
ሴኮንድ

Hoe laat is het?
ስንት ሰዓት ነው?

dag
ቀን

tijd
ጊዜ

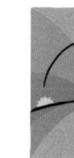

nu
አሁን

digitale horloge
የቁጥር ሰዐት

minuut
ደቂቃ

uur
ሰዓታት

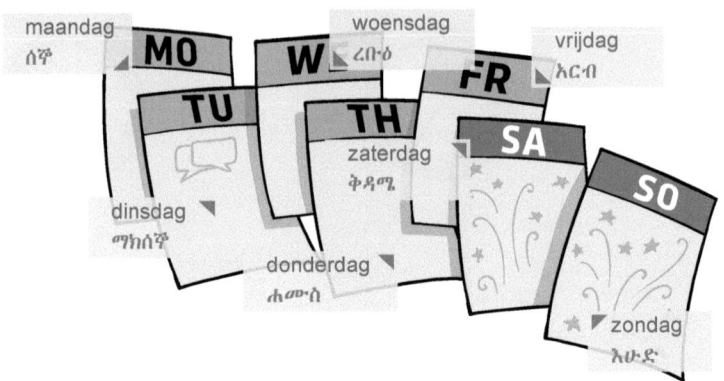

week

ሳምንት

maandag
ሰኞ
woensdag
ረቡዕ
W
vrijdag
አርብ
zaterdag
ቅዳሜ
dinsdag
ማክሰኞ
donderdag
ሐሙስ
zondag
እሁድ

gisteren

ትላንት

vandaag

ዛሬ

morgen

ነገ

ochtend

ማለዳ

middag

ቀትር

avond

ምሽት

werkdagen

የስራ ቀናት

weekend

የዕረፍት ቀናት

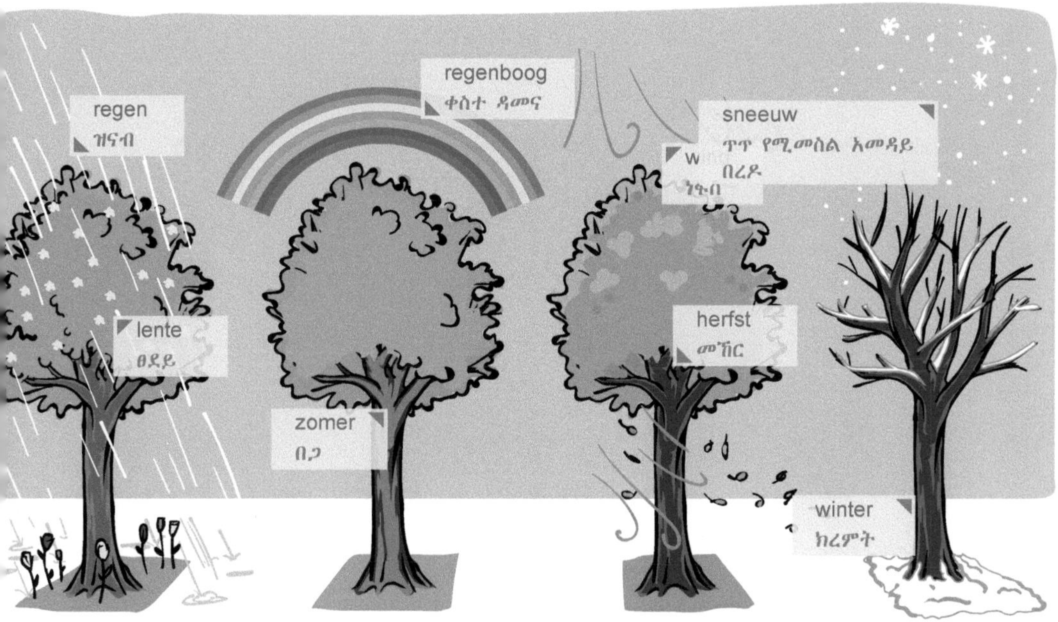

regen
ዝናብ
regenboog
ቀስተ ዳመና
sneeuw
ጥጥ የሚመስል አመዳይ
በረዶ
w
lente
ፀደይ
herfst
መኸር
zomer
በጋ
winter
ክረምት

weervoorspelling

....

የአየር ሁኔታ ትንበያ

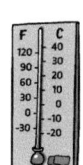

thermometer

....

የሙቀት መለኪያ

zonneschijn

....

የፀሀይ ሙቀት

wolk

....

ደመና

mist

....

ጭጋግ

vochtigheid

....

እርጥበታማነት

bliksem

መብረቅ

donder

ነጎድጓድ

storm

አዉሎ ንፋስ

hagel

የበረዶ ዝናብ

moesson

አዉሎ ንፋስ

overstroming

ጎርፍ

ijs

በረዶ

januari

ጥር

februari

የካቲት

maart

መጋቢት

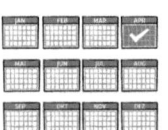

april

ሚያዚያ

mei

ግንቦት

juni

ሰኔ

juli

ሐምሌ

augustus

ነሀሴ

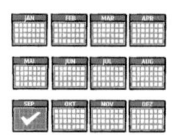

september

መስከረም

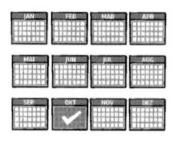

oktober

ጥቅምት

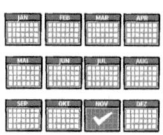

november

ህዳር

december

ታህሳስ

vormen
ቅርፆች

cirkel

ክብ

kwadraat

አራት ማዕዘን

rechthoek

አራት ቀጥተኛ ማዕዘኖች ጎኖች
ያሉት ቅርፅ

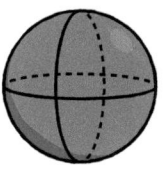

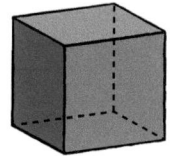

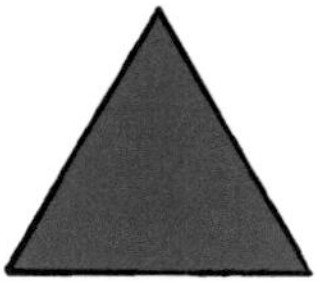

driehoek

ሶስት ማዕዘን

bol

ሉል

kubus

ስድስት ጎን ያለዉ ቅርፅ

kleuren

ቀለማት

wit

ነጭ

geel

ቢጫ

oranje

ብርቱካናማ

roze

ሮዝ

rood

ቀይ

paars

ወይን ጠጅ

blauw

ሰማያዊ

groen

አረንጓዴ

bruin

ቡኒ

grijs

ግራጫ

zwart

ጥቁር

tegengestelden

ተቃራኒዎች

veel / weinig

....

ብዙ/ ጥቂት

boos / kalm

....

ንዴት/ እርጋታ

mooi / lelijk

....

ቆንጆ/ አስቀያሚ

begin / einde

....

ጅማሬ/ ፍፃሜ

groot / klein

....

ትልቅ/ ትንሽ

licht / donker

....

ደማቅ/ ደብዛዛ

broer / zus

....

ወንድም/ እህት

proper / vuil

....

ንፁህ/ ቆሻሻ

volledig / onvolledig

....

የተሟላ/ ያልተሟላ

dag / nacht

....

ቀን/ ምሽት

dood / levend

....

የሞተ/ ህያዉ

breed / smal

....

ሰፊ/ ጠባብ

eetbaar / oneetbaar

የሚበላ/ የማይበላ

kwaadaardig / vriendelijk

ክፉ/ ደግ

opgewonden / verveeld

ደስተኛ/ ድብርተኛ

dik / dun

ወፍራም/ ቀጭን

eerst / laatst

መጀመርያ/ መጨረሻ

vriend / vijand

ጓደኛ/ ጠላት

vol / leeg

ሙሉ/ ጎዶሎ

hard / zacht

ጠንካራ/ ለስላሳ

zwaar / licht

ከባድ/ ቀላል

honger / dorst

ረሃብ/ ጥማት

ziek / gezond

ህመም/ ጤንነት

illegaal / legaal

ህገወጥ/ ህጋዊ

intelligent / dom

ጎበዝ/ ደደብ

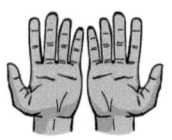

links / rechts

ግራ/ ቀኝ

dichtbij / veraf

ቅርብ/ ሩቅ

nieuw / gebruikt

አዲስ/ አሮጌ

niets / iets

ምንም/ የሆነ ነገር

oud / jong

ሽማግሌ/ ወጣት

aan / uit

የበራ/ የጠፋ

open / dicht

ክፍት/ ዝግ

stil / luid

ፀጥታ/ ጫጫታ

rijk / arm

ሃብታም/ ደሃ

juist / fout

ትክክለኛ/ የተሳሳተ

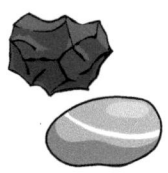

ruw / glad

ሻካራ/ ለስላሳ

droevig / blij

ሐዘን/ ደስታ

kort / lang

አጭር/ ረዥም

traag / snel

ዝግተኛ/ ፈጣን

nat / droog

እርጥብ/ ደረቅ

warm / koud

ሞቃት/ ቀዝቃዛ

oorlog / vrede

ጦርነት/ ሰላም

cijfers

ጥሮች

0

nul

ዜሮ

1

één

አንድ

2

twee

ሁለት

3

drie

ሶስት

4

vier

አራት

5

vijf

አምስት

6

zes

ስድስት

7

zeven

ሰባት

8

acht

ስምንት

9

negen

ዘጠኝ

10

tien

አስር

11

elf

አስራ አንድ

12
twaalf
አስራ ሁለት

13
dertien
አስራ ሶስት

14
veertien
አስራ አራት

15
vijftien
አስራ አምስት

16
zestien
አስራ ስድስት

17
zeventien
አስራ ሰባት

18
achtien
አስራ ሰስምንት

19
negentien
አስራ ዘጠኝ

20
twintig
ሃያ

100
honderd
መቶ

1.000
duizend
ሺህ

1.000.000
miljoen
ሚሊዮን

Talen

ቋንቋዎች

Engels

እንግሊዝኛ

Amerikaans Engels

የአሜሪካ እንግሊዝኛ

Chinees (Mandarijn)

የቻይና ማንዳሪን

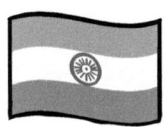

Hindi

ሂንዱ

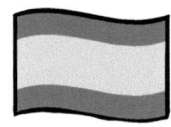

Spaans

ስፓኒሽ

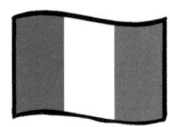

Frans

ፍሬንች

Arabisch

አረብኛ

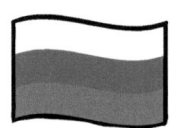

Russisch

ራሺያኛ

Portugees

ፖርቱጊዝ

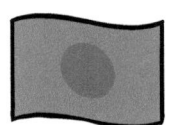

Bengali

ቤንጋሊ

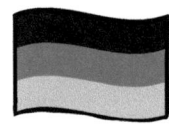

Duits

ጀርመን

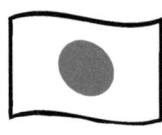

Japans

ጃፓንኛ

wie / wat / hoe

ማን/ ምን/ እንዴት

ik

እኔ

u

አንተ

hij / zij / het

እሱ/ እርሷ/ እቃዉ

wij

እኛ

u

አንተ

ze

እነርሱ

wie?

ማን?

wat?

ምን?

hoe?

እንዴት?

waar?

የት?

wanneer?

መቼ?

naam

ስም

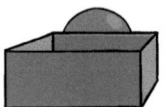

waar

የት

achter

በስተጀርባ

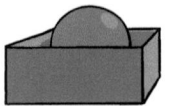

in

ዉስጥ

voor

ከፊት ለፊት

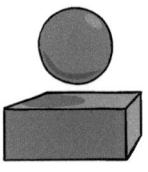

boven

ከላይ

op

ላይ

onder

ከስር

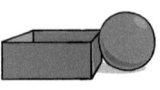

naast

አጠገብ

tussen

መሃከል

plaats

ቦታ